PAGNINILAY NG SINAUNANG ENSINA
Ann Wangari

Takip na sining ni Feline Graphics
www.felinegraphics.com

Inilathala ni Seraph Creative noong 2023
United States/United Kingdom/South Africa/Australia
www.seraphcreative.org

Pampalimbagan at Inilatag ni Feline
www.felinegraphics.com

ISBN

PAGNINILAY NG SINAUNANG ENSINA

ANN WANGARI

INILATHALA NG SERAPH CREATIVE

MGA REKOMENDASYON

Isang karangalan na sabihan na i-endorso ang aklat na ito. Si Ann ay nakakagalak na makasama dahil sa kung ano ang kanyang dinadala at kung sino siya at ako ay nasasabik na inilagay niya ang kanyang mga mahiwagang pag-iisip sa isang libro. Alam kong habang napapakinabangan ninyo ang kanyang mga isinulat, ay makakasagupa Ninyo si Yeshua sa sariwa at malalim na paraan, habang ang kanyang mga salita ay hinuhugasan ang iyong puso at dadalhin ka sa mas malalim na kaharian ng kanyang pag-ibig.

Nagpapakita si Ann ng pagmamahal at pagsinta para sa kanyang tagapagligtas at makikita mo ang parehong pagmamahal na ito habang binabasa mo ang aklat na ito.

Napakapalad namin at ikaw ay naging bahagi namin Ann at sobrang ipinagmamalaki ka namin.

Mamma Lindi

Ignite Hubs International

Si Ann Wangari ay naglakbay kasama ang Cabin Academy sa nakalipas na 5 taon.

Siya ay mahal na kaibigan at nabighani sa pag-ibig na mandirigmang makata, na determinadong maging karugtong ng mga kamay at paa ni Hesus.

Siya ay namumuhay sa isang paraan ng pamumuhay ng mga pari, pagsamba, mabuting pakikitungo, pananampalataya at tagumpay.

Ang mahiwagang pagsulat ni Ann ay nagdadala ng halimuyak ng sariwang alak ng pakikipagtagpo sa kanyang Panginoon.

Inirerekomenda kong sumisid ka sa aklat na ito at tamasahin ang kapistahan na ito.

Milly Bennitt-Young

Cabin Academy

PANIMULA

Ang magtiwala sa Sinauna ng mga Sinauna, ang pinakamataas na nilalang na lampas sa nakaraan, lampas sa "magkaroon ng liwanag" ang AKO AY!.

Kapag ang nilikha at ang lumikha ay tumayo bilang isa, ang "isa" ay nagiging puno na itinanim sa tabi ng buhay na tubig, na umaabot sa mga ugat nito sa kabila ng kosmos, sa kabila ng nakikita at hindi nakikita, sa kabila ng nilikha hanggang sa altar kung saan ang Kordero ay pinatay bago ang paglikha ng daigdig. Ito and banal na tahanan ng mga anak ~ sa kanya, para sa Kanya at sa pamamagitan Niya. Gayunpaman, tulad ng isang puno na nagtiis ng maraming malupit na panahon, na nagdadala sa loob ng mga alaala na nagpapakatotoo sa kanila, gayundin ang paglalakbay ng mga anak.

Gumising tayo sa ating banal na katangian sa Kanya. Pagkatapos ang alaala na pagkahulog at ang mga kahihinatnan nito ay nagsisimulang bumulong ng kanilang sariling mga paglalakbay at hindi natubos na mga pagtatagpo. Alinman, tayo ay tumakas na hinatulan o piliin na maglakbay paloob – upang makilala tayo, kay Kristo sa atin at gisingin ang awit ng pagtubos sa ating kaibuturan. Naglalakbay tayo paloob upang ipagpalit ang mga abong alaalang iyon sa kagandahan, mga alaalang natakpan na sa Kalbaryo. Naaalala natin na tayo ay nahiwalay lamang sa mga tubig na ito sa ating kasalukuyang kamalayan. Ito ay mga pag-iisip ng pag-alala.

ANN WANGARI

KAGALAKAN

At pagkatapos ay natagpuan ko ang Kalayaan sa altar ng pagsuko. Ang galak ay isa sa mga apoy na tumupok sa altar na iyon at sa lahat ng naroon. Kaya't kumapit ako sa galak at pinahintulutan kong baguhin ang aking kahinaan sa Kanyang masayahing lakas.

KAGALAKAN

Habang sinusundan mo ang Kordero saan man

Siya pumunta, ang takot sa pagpapako sa krus

ay nakakalat sa iyong yakap sa krus.

Habang patuloy mong ibinibigay ang iyong buhay

upang ang buhay ni Yeshua

ay maipakita sa pamamagitan mo.

Siya ang magiging kagalakan na makikita mo

sa gitna ng anumang kapighatian.

Siya ay magiging iyong lahat sa bawat panahon.

Maging nariyan sa iyong kasalukuyang sitwasyon
at doon ka Niya makikita.

Maging totoo sa iyong sarili habang
naglalakbay ka.

Kung nasaan ka ngayon sa iyong
espirituwal na pakikipagsapalaran ay
kung saan ka Niya sasalubungin kung
papayagan mo Siya.

Hindi kung saan magkunwari na maging ganoon
ka o umaasa na maging ganoon ka dahil
gusto mong makilala ang iba na nasa ibang
antas sa kanilang paglalakbay.

Tandaan na hindi Siya malilinlang, kaya maging totoo at
ibigay sa Kanya kung ano ka ngayon.

Ang isang tapat na mahinang kaluluwa, na pinabayaan nang
may lubos na pananampalataya sa Kanyang awa at lakas, ay
makakamit ang higit sa Kanya kaysa sa hukbong armado na
gamit ang sarili nitong lakas.

Sikaping maligaw sa Kanyang mga mata hanggang sa
matagpuan ka sa dimensyon ng Kanyang puso, at doon mo
makikita ang lahat ng bagay bilang sila sa Kanya.

KAGALAKAN

Ito ay isang mapagpakumbabang bagay kapag ang Kanyang presensiya ay sinalakay ang tolda ng pagpupulong kapag tayo ay nagsasama. Gayunpaman, huwag hayaang maging napakababaw ng iyong uhaw na lumalaktaw ka lamang mula sa isang pagpupulong patungo sa isa pa upang matikman mo lamang ang Kanyang presensiya kapag nangungulila ka sa Kanya (bagama't mayroong isang lugar para doon kapag ikaw ay bago sa pananampalataya). Higit pa sa isang pagdalaw ang gusto niya. Lumuhod ka hanggang sa ang iyong desperasyon na makita ang Kanyang mukha ay magising.

"Oh ang kagalakan ng paglikha ng

isang santuwaryo sa ating mga puso

upang Siya ay manahan".

Kapag ang paghahayag ng

"kung wala ang Kanyang naihayag na presensya

sa bawat araw na walang wala ka"

ay nagising sa kaibuturan ng iyong pagkatao,

pagkatapos ay darating ang tirahan.

Ang realidad ni Kristo sa iyo, na nagpapakita sa

pamamagitan mo at sa paligid mo, habang ikaw ay

naging katulad ng Isa na iyong nakikita.

Kahit sa taas ng ating karanasan sa lubos kaligayahan ng Kanyang tuwa, mas totoo pa rin Siya kaysa sa ating karanasan. Mayroon pang taas at lalim na mapupuntahan!
Ang kanyang hindi nakakausap na kalikasan
ay higit na totoo kaysa sa ating nagpapahayag
na wika.
Ang Kanyang mismong buhay na hinihinga
sa pamamagitan ng iyong mga labi ay
ang patuloy na paglanghap at paghinga
ng mismong buhay.

Maging umiibig sa mismong pag-ibig.

Mahal! Hakbang sa pulang-pula na pag-ibig ng Kanyang dugo at bumitaw. Pakawalan ang karapatang maging tama, ang iyong pagmamataas, takot sa mga tao, ang pangangailangang pasayahin ang sinuman, ang iyong kultura at mga doktrina na hindi nagpapakita ng kultura ng kaharian, at anumang bagay sa iyo na sumusubok na hadlangan ang Kanyang banal na Liwanag sa iyo. Sa altar na iyon kung saan ang tupa ay pinatay para sa iyong pagtubos, matiyagang maghintay para sa Kanya doon.

OO!

Kahit na ang iyong pagiging tao ay mananaghoy sa pagkawala ng lahat ng hindi tumayo sa pugon ng Kanyang paglilinis, alamin na hindi Siya kailanman mabibingi sa isang wasak na espiritu.

Hintayin mo Siya bilang iyong Batong Panulok.

Pagdating Niya, lahat ng iyong ipinagpalit sa dagat ng Kanyang Dugo ay tutubusin at mababago ang anyo sa liwanag ng Kanyang kaluwalhatian.

Sa isang pag-ibig na nagising sa bawat minuto

   ay isang pakikipagsapalaran.

Sa natutulog na dilag na ituloy Siya dahil lamang sa

   pag-ibig ay hindi sapat.

Maliban kung gusto niya ng isang bagay mula sa Kanya, ang

pagtugis ay pag-aaksaya ng oras sa kanyang

   mga mata.

Ang mga naglalakas-loob na magbukas ng pinto para

magmahal at magsabi ng oo sa lahat ng impluwensiya nito ay

tila isang malaking hangal sa natutulog.

Aling dignidad ang handa mong protektahan sa halaga ng

iyong unyon sa lahat?

Hilingin sa Kanya na gawin kang pinaka masayang hangal at

magkaroon ng kasiyahan sa paggamit ng iyong kahangalan

upang lituhin ang matalino sa paligid mo.

KAGALAKAN

Sa iyong paghahangad ay makikita mo ang iyong sarili na sinusubukang balansehin ang pagiging abala at pananabik na makatakas at makasama siya. Magkakaroon ng mga panahon kung saan higit pa sa iyo ang hingin kaysa dati at ang pananabik na gumugol ng mas maraming oras sa lihim na lugar ay magiging isang sakit. Sabik na sabik ka na talaga sa Kanya ~ Ang manliligaw ng iyong kaluluwa. Tandaan na hindi Siya nawala, nariyan Siya at talagang ginagawang masaya ang iyong abalang araw sa Kanyang nakalalasing na presensiya. Sinusubukang sumuko. May mga pagkakataon na gugustuhin Niya na umatras kang mag-isa kasama Siya. Darating ang panahon sa pagtanda na tuturuan ka Niya kung paano maging ganap na maligaya sa Kanyang kapahingahan, gaano man katindi ang buhay, at nararamdaman pa rin ang init ng mata na gumagalaw papunta at pabalik sa lupa na naghahanap. May mga sensasyon ng kagalakan, lakas at kaligayahang kapayapaan sa pag-alam na kahit na ginagawa ang makamundo at mahirap na trabaho ay natagpuan mo na Siya. Ang kanyang atensyon ay nasa iyo at may biyaya na lubusang mapasaya bilang biktima ng banal na pag-ibig.

Bumangon ka, O Diyos, at ikalat mo ang iyong mga kaaway! (Salmo 68:1). Siya nga ay babangon at pangangalatin sila – ngunit tandaan na ang tunay na kaaway ay nasa loob at ang diyablo ay natalo na. Kaya anong mga kaaway? Hindi na ang mga kaaway diyan kundi ang mga ugali na nagtutulak sa iyo palayo sa Kanya bilang iyong unang pag-ibig. Ang pagiging maligamgam, pagmamataas, awa sa sarili, kawalan ng pananampalataya, poot, tsismis, mapanghusgang Espiritu, pagkukunwari atbp. Ano ang hitsura kapag pinangalat Niya ang mga kaaway na ito? Kung kailangan Niyang bumangon sa iyo kung gayon ang lahat ng maling pundasyon ay mayayanig sa pagkakalat. Hindi ito panahon ng katahimikan. Kapag, sa Kanyang Awa, ginising Niya ang pangangailangan at desperasyon para sa iyo na malaman, talagang kilalanin Siya, nagsisimula kang mapoot sa lahat ng bagay na humahadlang sa iyong daan. Kapag nahulog ka mula sa pagmamataas, ang Kanyang biyaya ay nagiging mga kamay kung saan ka nahulog. Sa lugar na iyon pinasimulan ka Niya sa isang paglalakbay ng kababaang-loob at pagtitiwala.

Alam na ang pag-ibig ay nagmamalasakit nang labis at nagnanais na makilala, yakapin at ipahayag sa iyo. Pagkatapos ay makakatagpo ka ng kagalakan sa pagsasabi sa Kanya araw-araw na bumangon sa iyo at ikalat ang Kanyang mga kaaway.

KAGALAKAN

Tulad ng mga musikal na tala sa isang piraso ng papel

   ay ang Kanyang nakapagpapagaling na hininga sa

   mga dahon ng Puno ng Buhay.

O ang kagalakan ng transendente na buhay, palaging

   pagpapakain sa punong iyon at palaging pag-inom

   mula sa isang ilog na humipo sa trono ng Diyos at

   ng Kordero.

Mula sa Sion ang kagalingan ay nagmumula sa

   mga natutong magpista at lumanghap ng

   nakapagpapagaling na hininga ng tunay na

   baging.

Ang kaligayan ng kahinaan ay nananatili lamang nang napakatamis kung ikaw na yumakap sa bilis ng Kalayaan. Upang malaman ang kagalakan ng pagtawa, ang paghihirap ng kalungkutan, ang mga agos ng luha mula sa isang nabasag – upang mahagkan lamang pabalik sa kabuuan ng buhay Mismo. Ang yumuko nang napakababa, tulad ng isang buto na dudurog hanggang sa dumaloy ang langis, ngunit mayroon pa ring panloob na pag-iyak para sa higit pa sa Kanya kahit na nangangahulugan ito ng higit na pagkamatay. Ang pagdadaing sa pananabik sa kawalang-hanggan sa loob na mahayag, ang nagising na mga pangarap na umunlad, upang ibahagi ang pag-asa ng kaluwalhatian sa iyo sa mga walang pag-asa at para sa Kanya na maging iyong kaluwalhatian. Ang kumapit sa Kanyang mga paraan kahit na ang iyong pagpapahalaga sa sarili ay sumisigaw. Ang kapahingahan ay sa pag-alam na ang pinagmumulan ng mga batis ay nasa Kanya at nasa Kanya ka nabubuhay, kumikilos at nagkakaroon ng iyong pagkatao. Ang kagalakan ng pagkaalam ng Kanyang mga bulong sa pagitan ng mga unos, ang banayad na alon na nagsasabing ang magaang paghihirap na ito na panandalian lamang ay gumagawa para sa atin ng higit at walang hanggang bigat ng kaluwalhatian (2 Cor 4:17 KJV). Sapagkat sa sandaling iyon ay naalala mo na ito ay isang paglalakbay at Siya ang Daan. Kapag nakita mo na ang buhay Mismo, ang takot ay naging iyong nakaraan at sa bawat unos ay maaari ka lamang kumanta ng "mabuti na lang..." habang hinihintay mo na Kanyang gawing perpekto ang lahat ng bagay na may kinalaman sa iyo.

KAGALAKAN

Sa mga sandaling iyon ng kahinaan,

   kapag pinili mo Siya kaysa sa awa

   sa sarili, ang leon ng iyong tribo

   ay hindi maaaring pigilan ang

   Kanyang sarili kundi papasok sa iyong

   mga pintuan bilang Hari ng Kaluwaltahian.

Tumayo sa harapan ng Kanyang mukha habang ang

   Kanyang hininga ay nagiging iyong dagundong,

   inaangkin ang bawat teritoryo sa iyo at pinuputol

   ang bawat tanikala ng mga limitasyon at takot.

Sa Kanyang katapangan ikaw ay naging matapang at

   ang walang katapusang kaligayahan ng Kanyang

   ligaw na kagalakan ay nagiging iyong lakas.

Ang Kanyang halik sa iyong mahinang kaluluwa ay

   baluti na nagdudulot sa iyo na bumangon

   at dagundong kasama Niya.

Kaya magtiwala ka kahit sa

   iyong kahinaan kapag lumalapit

   ka sa trono.

PAGDURUSA

Sa larangan ng pagkakaisa,
ang korona at tinik sa
Kanyang ulo ay naging isa.
Sumasayaw ang sakit at
saya sa liwanag ng Kanyang
mukha.

PAGDURUSA

Minsan ang bagong panahon na iyong inaasahan ay hindi kakatok sa iyong pinalamutian ng mga perlas at matingkad na ilaw, na kumakanta ng "andito na ang iyong inaasahang paskil" Magsusuot ito ng simpleng damit na pang-lingkod, naghihintay na buksan mo ang pinto. Maaari itong magtago sa sarili at magtago sa sakit at daing ng iyong mga inaasahan. Magmumukhang wala kang inaasahan. Minsan ang sitwasyon ay maaaring maging mas malala, tulad ng mga sakit sa panganganak. Yakapin ito sa pamamagitan ng pagtitiwala na mayroong Diyos na gumagawa ng lahat ng bagay na maganda sa kanyang panahon. Pagkatapos ang Hari sa loob mo ay magpapakita sa wakas at kasama Niya ang isang Kaharian na mananakop. Malalaman mo na ang Kanyang intensyon ay hindi lamang para iligtas ka kundi turuan ka kung paano magtagumpay, mamuno at maghari kasama Niya. Magiging sulit yan.

Sa panahon ng iyong pagpungos, ang marurupok
    na alikabok na tinatawag na laman ay
    sisigaw ng mas malakas bilang protesta.
Piliin pa rin na hawakan Siya sa iyong mga pasakit,
    ang iyong malalim na pag-ungol, habang pinuputol
    ng palakol ng katotohanan ang ilan sa mga sanga na
    nakasanayan mo na.
Ito ay maaaring hindi komportable, ngunit gayunpaman,
    piliin Siya.
Pillin ang sakit na nagbubunga ng imoral na mga
    bunga sa bigat ng walang kabuluhang mga sanga.
Mahalin mo Siya bilang iyong tagapag-alaga ng ubas
at iyong apoy na nagpapadalisay.

PAGDURUSA

Ang mga putol na piraso ng iyong buhay kahit
    papaano ay nagyelo sa isang segundo ng
    kawalang-hanggan para umiyak ang sisidlan.
    Ang sakit ng paghihiwalay sa kung ano at
    ang mapanuksong tinig ng mga hindi maintindihan ang
    naging sisidlan mo ay nagdaragdag lamang sa sakit
    tulad ng pagtusok ng dumudugong sugat.
Ngunit ang isa na dumaan sa proseso ay nauunawaan na
    ngayon na ang bawat piraso ay nahuhulog sa kamay
    ng dalubhasang magpapalayok.
Sa katahimikan, tulad ng isang tupa
    na pinatay, patahimikin ang iyong kaluluwa
    sa Kanyang kalooban.
Kapag ang espada sa Kanyang kamay ay pumutol sa
    pagitan ng mga buto at utak, naglalabas
    ng mga sinag ng katotohanan at katuwiran sa iyo,
    yumuko sa harap ng magpapalayok at mag-alay
    sa Kanya ng pagsamba.

Matutong magdiwang sa mga panahon ng pagdurusa dahil alam natin na kapag tayo ay nagdurusa nagkakaroon tayo ng pagtitiis na humuhubog sa pagkatao. Kapag ang iyong pagkatao ay pino, natututo ka kung ano ang ibig sabihin ng pag-asa sa kabutihan ng Diyos. Ang pag-asa ay hindi mabibigo upang matugunan ang iyong pinakamalalim na pangangailangan dahil ang Banal na Espiritu na ibinigay sa iyo ay bumaha sa iyong puso ng pag-ibig ng Diyos (Tingnan ang Roma 5). Habang natututo kang magdusa at dumaan sa anumang paghihirap na kaisa Niya, nag-aalay sa Kanya ng iyong pagdurusa at mga sakripisyo at pagkakaisa ng iyong mga pagdurusa sa Kanya, tinuturuan ka niya kung paano uminom mula sa mga ilog ng Kanyang kaluguran.

Sa lugar na iyon ang lahat ay naglalaho kumpara sa gantimpala ng pagkakaroon sa Kanyang sa lahat.

PAGDURUSA

Ikaw ay magdurusa sa lahat ng paraan, ngunit maging matiyaga. Tandaan na ang Kanyang biyaya ay laging sapat para sa iyo at ililigtas ka Niya sa lahat na ito. Sa panahong iyon, tandaan na huwag magambala sa paglalakbay ng ibang tao, o ihambing ang iyong pag-unlad. Sa halip ay tumingin sa loob kay Yeshua na nasa iyo. Ituon mo ang iyong tingin sa Kanya kahit sa pinakamadilim mong sandali. Kapag hindi mo Siya nakikita o nararamdaman, magtiwala sa Kanyang pag-ibig! Ang pag-ibig na nakabitin sa krus para sa iyo ay mapagkakatiwalaan na hindi ka iiwan o pababayaan, kahit na sa iyong pinakamahirap na sandali. Huwag kang susuko. Piliing tiisin ang sakit sa pamamagitan ng pagnanais sa Kanya ng higit sa pag-alis ng paghihirap. Malalaman mo ang iyong kasintahan, na isa ring apoy na tumutupok ay nagniningas ng apoy sa iyong mga buto at tinuturuan kang lumipad. Ang mga hurno ng kapighatian ay humahantong sa paglipad!

PAGSUKO

Higit pa sa hanging ating nilalanghap, isang sumuko na hininga! Kapag pinili nong ihinga paloob at palabas siya sa Kanya.

Walang kamatayan iyon.

PAGSUKO

"Bumangon ka, magliwanag

sapagkat ang iyong liwanag ay dumating,

at ang kaluwalhatian ng Panginoon

ay tumataas sa iyo".

(Isaias 60:1 NIV)

Sa iyong pagsuko na maging katulad Niya, at sa iyong pglalakbay sa maraming kamatayan tulad ni Pablo (1 Corinto 15:31), hindi ka na ngayon ang nabubuhay kundi Siya. Ang liwanag na iyon sa iyo ay nilalamon kung ano ang mortal, binibihisan ka ng imortalidad na mismong Siya. Nawa'y tumindi ang iyong mga pananabik hanggang sa ikaw ay mabagong-anyo sa iyong makalangit na tahanan, dito sa lupa gaya ng nasa Langit.

Kapag lumapit ka sa Kanyang trono, magtagal nang sapat upang matuto mula sa mga matatanda nang may karapatang magsuot ng kanilang mga korona. Sila ay sapat na matalino upang malaman na sa harap Niya, mayroon lamang isa na nagpapanatili ng korona. Masaya nilang inihagis ang kanilang mga korona sa harap Niya habang sila ay nakadapa sa pagsamba. Tumanggap ng biyaya upang malaman na kung lalapit tayo sa Kanya na nakabalot ang ating mga puso sa ating ibinigay na mga titulo o mga nagawa at hindi bilang isang mananamba, kung gayon pipiliin nating panatilihing nakasuot ang ating mga korona. Kaya't ihagis ang lahat sa Kanyang paanan at sumama sa maluwalhatiang pagtitipon na nakapaligid sa Kanya. Doon mo makikita ang iyong hari na naghihintay at nagagalak sa iyong presensya. Kaya masigasig na tumakbo sa Kanya na ang iyong tingin ay nakatutok sa Kanyang mukha. Isuko ang lahat nang walang pag-aalinlangan hanggang sa ikaw ay maging di-nakikita sa kaluwalhatian, nang Siya lamang (si Kristo sa iyo) ang nagpapakita sa iyo at sa pamamagitan mo.

PAGSUKO

Pagnanais na maunawaan ang mga paraan

    ng katahimikan at makikita mo

    ang katahimikan nang buo at kumpleto

    sa pagpapahayag nito.

Ito ay isang dalas na mas mataas at mas magkakasuwato

kaysa sa alinmang wika ng mga tao.

    Kung magtatagal ka sa kanyang pagmumuni-muni,

makikita mo na kahit ang isang matigas ang ulo na kaluluwa

ay natitisod at nahuhulog sa pagsuko sa kanyang alindog.

    Kahit na ang mangmang ay itinuturing na

        matalino kapag naroon ang katahimikan.

    Kaya matutong tumayo sa katahimikan sa harap

        ng may-akda ng maraming wika at masdan Siya sa

liwanag

        na iyon hanggang sa ang misteryo ng katahimikan

        ay mapukaw sa iyo.

Tandaan na Siya ang lahat ng bagay at misteryo ang

Kanyang pangalan.

Maaaring Siya ay isang tao ng digmaan

> *na pumukaw ng sigasig at pagtatagumpay sa*

> *Kanyang mga kaaway ngunit Siya rin ay isang*

> *madamdaming manliligaw na may walang*

> *humpay na kasigasigan na habulin ka*

> *hanggang sa sumuko ka sa Kanyang pag-ibig.*

Yakapin mo Siya bilang iyong pagkauhaw at

> *gayundin ang iyong kasiyahan. Ang maganda*

> *ay isang kaluluwang sumuko sa Kanyang*

> *mga misteryo at sensitibo sa Kanyang paghipo.*

Huwag kalimutang tandaan na ikaw ay lubos na minamahal!

Na hindi ka nag-iisa. Tumingin sa paligid at tignan ang dakilang Ulap ng mga Saksi na nagpapasaya sa iyo habang gumagawa ka ng isa pang hakbang patungo sa layunin. Marami ang para sa iyo. Ang laban sa iyo ay walang kabuluhan kumpara kay Yahweh, na sumasayaw sa iyo habang ikaw ay manaig sa Kanya. Kaya tumawa! Tumawa, kahit sa mga bulong ng kahinaan dahil sa lugar na iyon makikita mo Siya bilang iyong lakas. Maging ang pag-ibig na iyon na ikaw ay nasa Kanya sa lahat ng nilikha. Dumadagundong kung kailangan mo. Baliin ang mga tanikala ng pagkabihag. Hayaang makuha ka ng Kanyang kasigasigan at pagnanasa, ituloy ka hanggang sa sumuko ka sa isa. Ang hari ay binihag sa iyong kagandahan, kaya tandaan na maging lamang, at sa katahimikan, Siya ay magpapaalala sa iyo ng awit na iyon – ang iyong kanta.

Maglakad nang mag-isa sa kalikasan at hayaan itong magturo sa iyo. Tingnan ang hindi nababagabag na katahimikan ng isang lawa. Makikita mo na sa tubig lamang na hindi nababagabag ay nagiging malinaw ang repleksyon ng nasa itaas. Sa pagkakaisa ng Banal na Espiritu sumusuko tayo sa Kanyang daloy. Sa Kanyang agos, sinisimulan nating ipakita ang mismong larawan ng Langit para makita ng iba ang Pag-ibig sa Kanyang Sarili. Mas nababatid natin ang pagiging pagkanasakahitsaan ng Diyos, tumutuon sa mga kamangha-manghang kalikasan na nakapaligid sa atin at magpapakatotoo sa Kanyang walang katapusang karunungan.

Ito ay pagsamba.
Hayaan ang Kanyang nilikha ay payagan ang iyong
Pagmamahal sa Kanya.
Matutong pahintulutan ang pagiging simple ng buhay
tulad ng isang lumulutang na dahon sa iyong landas,
isang ngiti mula sa isang estranghero o katahimikan
ng isang natutulog na bata – turuan ka ng
Kanyang kaamuan.

Patakas na mga sandali ay parang pagkuha ng mga panahon sa isang na buhay lente. Tanggapin ang pagpanaw ng luma sa pamamagitan ng pagtatanggap sa bago, anuman ang hitsura nito. Magkaroon ng kamalayan na upang pumunta mula sa isang kalalimam patungo sa isa pa, ang kahilingan na bitawan ang hinihingi Niya sa iyo ay hindi mapag-usapan. Kaya't lumingon sa iyong kaluluwa, upang palayain at magtiwala sa Kanya, upang ihinto ang pagkapit sa nalalabi ng pagiging pamilyar at sumuko sa misteryo ng hindi kilalang landas. Ang daloy ng dating ay masyadong maliit upang ipakita kung ano ang nagiging kaluluwa. Dapat nating patahimikin ang bawat dahilan upang manatili sa nakaraan at kumuha ng isang tumalon na kabuuan sa hindi alam. Ang paglalakbay sa Kanya ay dapat magpatuloy.

May kagandahan sa luha mula sa pusong sumuko.

Alamin na hindi mo kailangang magtago sa lamat ng bato

hangga't hindi "nakakasama mo ang lahat".

Kuntento na siya sayo, kahit sa iyong kaguluhan.

Sa sandaling iyon maaari kang bumagsak

sa Kanyang mga bisig, madama Siya

na mas malapit kaysa sa iyong balat –

kahit na walang pagbigkas ng isang salita

– at pahintulutan Siya na bihisan ang iyong

kahinaan ng kagandahan ng Kanyang

maringal na lakas.

PAGSUKO

Matutong humakbang at sumuko sa altar ng puso ni
Abba. Ilagay mo kung sino ka, kung ano ka at kung
ano ka sa harap Niya.

Ibigay ang iyong mga paraan sa Kanyang mga paraan,
ang pagkaunawa ng iyong puso sa katotohanan ng
Kanyang puso, sa tibok ng Kanyang puso.

Ibigay ang iyong mga hangarin bago ang
Kanyang mga hangarin upang makilala Siya
nang lubusan at maging katulad Niya.

Sapagkat hindi na ikaw ang nabubuhay
kundi si Kristo. Pagnanais na maging
ganap na pagpapahayag ng
Kanyang kalikasan bilang
Kanyang minamahal na anak.

Ang pagsuko sa mismong kalikasan ng perpektong isa

ay ang pagkakaisa sa liwanag bilang isang anak

na nagbagong-anyo.

Pagtagumpayan ang walang kamatayan na hilig ang

laman sa pamamagitan ng pag-akyat bilang

isang walang kamatayang haligi ng liwanag

sa Kanyang templo.

Sapagkat sa altar na ito ang apoy ng Kanyang

pag-ibig ay lumalamon sa iyo at naglilinis

sa iyo habang ang Banal na Espiritu ay

nagbibigay-buhay sa iyong mortal na

katawan.

PAGSUKO

Anak! Sumuko ka sa paglaban.

Upang bumalik sa kung saan nagsimula ang lahat kung minsan kailangan mo lamang na sumuko sa sinaunang hangin at hayaan ang puwersa nito na dalhin ka pauwi. Kapag nagtanong at nakarinig ka tungkol sa sinaunang landas, laging tandaan na ito ay isang buhay na landas. Ang landas ay ganap na nalalaman ang iyong pag-iral, ang iyong kuwento at alam nito ang iyong kanta. Ito ang ibinubulong sa iyo at naghihintay na ikaw ay umuwi.

Hindi mo kailangang maunawaan ito,

    aking anak, ngunit ipinapangako ko

    sa iyo na kapag sumuko ka sa mga

    paraan nito ay darating ang pang-unawa.

Ito ay hindi mo alam, ito ay isang bagay

    lamang ng pagpoposisyon at

    pagkatapos ay maaalala mo ang

    lahat ng ito!

Ang marilag na bulong na isinilang mula sa sinapupunan ng
banal ay napakalambot sa kaluluwa.

    Isang bulong na napakalambot sa kaluluwa na

    yumuyuko at sumuko sa sarili nitong kaharian,

    upang maipanganak na bago mula sa banal na

    sinapupunan, ngunit sapat na malakas upang

    matunaw ang alinmang bundok at mabunot ang

    anumang puwersang lumalaban dito.

Tumayo sa krus na daan tulad ni Jeremias at

    hintayin ang bulong.

Kung hindi mo ito lalabanan, matutuklasan

    mong hawak nito ang mga sinaunang

    landas na naghihintay sa iyo.

KATAHIMIKAN

Yeshua, patuloy na
sumasayaw at umaawit sa
ibabaw ng aking magulong
tubig hanggang sa ang
aking kaluluwa ay naibalik
sa iyong larawan. Nawa'y
ang katahimikan ng wangis
ng Dagat na Salamin ay
maging mismong anino ng
aking pagkatao.

May isang wika na tinatawag na katahimikan. Kapag naunawaan, nasa loob nito ang pag-iisa. Ang mga awit ay umaalingawngaw mula sa puso patungo sa Kanyang puso, mas malakas kaysa sa mga salita. Sa pagtitipon ng katahimikan, ang mga kaluluwa ay nawawalan ng mga dahilan upang marinig. Doon lamang maririnig ang kalinawan ng munting tinig na matagal nang nagsasalita, ang tanging tinig na dapat sundin. Kaya kapag humarap Siya sa iyo, mas pinili mong talikuran ang lahat ng iyong nalalaman at piliin na mahalin Siya na hindi mo maipaliwanag.

Ang isang banal na katahimikan ay lumalampas sa mga salita.

"Tumahimik ka sa harap ng presensya ng Panginoong Diyos sapagka't ang araw ng Panginoon ay malapit na: sapagka't ang Panginoon ay naghanda ng hain, Siya'y nag-alok sa kaniyang mga panauhin." Zephaniah 1:7 [Hubileyo Bibliya]

Nakadikit sa kanyang mga mata at tuluyang

nabighani sa Kanyang kagandahan! Tingnan mo

Siya, ikaw na maringal na hari. Saan ka pa

tatayo, ngunit sa harap Niya habang ginigising

Niya ang iyong umaga ng mga bagong kanta?

Walang sinuman ang makakapagbigay kasiyahan

gaya ng Kanyang ginagawa.

Ang halimbawa ng romansa ay Siya.

Hesus, ang maluwalhating hari!

Hangarin Siya nang marubdob at sa katahimikan –

kapag ang puso, isip at lakas ay yumuko sa

kanilang mga tuhod nang magkakasabay sa harap

Niya at Siya ay darating at gagawin ang Kanyang

tahanan sa iyo.

KATAHIMIKAN

Sa mga pasilyo ng oras ay ang silid ng paghihintay ng mga panalanging hindi nasagot.Maghintay! Manatili kang Tahimik at bukas sa kanya. Sa ganitong hilig, ang Kanyang banayad na maliit na tinig ay magtuturo sa iyo kung paano makipagdigma at manakop sa katahimikan, mawawalan ng kapangyarihan ang oras na kutyain ka.

Sapagkat hindi ka naghihintay bilang isang
naliligaw ngunit bilang isang taong
nauunawaan na ang paghihintay ay isang
paglalakbay ng pag-aaral, paghahanap,
pakikinig at pakikipag-usap sa isa na higit sa
lahat ng bagay.

Sa iyong paghihintay, tinuturuan ka Niya kung paano mamahala nang may lampas na pag-iisip, higit sa oras at espasyo. Hilingin sa Kanya na baguhin ang iyong lakas habang naghihintay ka.

May tinig ng isang mapagmahal na ama,

nananabik na matagpuan.

Ang pagpunta baba ay pagpunta sa

pinaka mataas sa kahariang ito.

Ito ay isang mahiwagang paanyaya na

tumatawag sa iyo upang tuklasin.

Sumigaw siya sa katahimikan ng puso na

"manahimik at alamin".

Ang makilala ng lahat ay ang lalim ng Kanyang

pagnanais.

Ang iilan na nakakabisa sa katahimikan sa

pamamagitan ng pagsagot sa tawag ng

samahan sa Kanyang kaibuturan (Salmo 42:7)

ay tunay na naglilingkod sa Kanyang mga

pananabik at lubos na nasisiyahan.

Sa kaibuturan ng katahimikan, ang mulat ay

    lumalampas sa mga pandama at naging isa sa

    pag-iisip ng isa na nagsasabi dito na

    "manahimik at kilalanin ako"

Kapag nakakuha ka ng kapayapaan sa

    pangkaraniawng estadong ito ikaw ay

    mayaman magpakalainman.

Makikita mo na kahit sa katahimikan, ang

    pag-ibig ay pinagkasundo pa rin ang

    buong nilikha sa Kanyang sarili.

PAGKASIRA AT PAGSUNOD

"Hindi mahirap sumunod kapag mahal natin ang ating sinusunod" Santo Ignatius ng Loyola

Ang wasak na puso ang umaawit ng himig

ng pagpapagaling.

Ito ay ang sirang sisidlan na napagtanto ang

pinakamatamis na pabango ng

pagpapanumbalik.

Ang sirang lupa ang nagbubunga ng

pananim.

Ang dinurog na buto ang nagbibigay ng

langis.

Ang pusong napatawad na ng marami ngayon ay

humihinga na lamang upang tubusin.

Kaya't huwag malito sa iyong mga pagsubok o mga pagsulong

ng iyong pagkakakilanlan.

Ang pagiging anak ay tumatayo

sa pagsubok ng panahon kapag itinatag sa

Kanyang pag-ibig

at nilinang sa pagiging malapit.

Tandaan ang Salmo 51:17; "Itong sirang

Espiritu ang hindi Niya hinahamak"

Tulad ng isang ilog na naghahanap ng pinakamababang lugar upang bigyang buhay, ang biyaya ay dumadaloy din sa upang humanap ng mga malalalim na lugar sa iyo, na may isang tunog na nagpapatunay na ang ibaba pa rin ang tanging daan pataas.

Ang pintuan sa Kanyang puso ay nasa sahig ng iyong nagsisisi at wasak na puso. *Ang nagpapakumbaba ay lalong itinataas. Ang bulong ng boses ng isang mapagmahal na manliligaw na gustong matagpuan. Iilan lamang na natamo ang katahimikan na yumuko nang sapat para ihatid sila sa mga silid ng kaniyang puso.*

Nais Niyang sundin natin ang Kanyang kalooban. Ang pagpili ng konsenho ng ating sariling kaluluwa ay ang tahimik na pagsasabi ng paulit-ulit sa Kanya "Lumayo ka sa akin, ayaw kitang makilala". Ngunit sa Kanyang awa at biyaya, hihigiyan pa niya sa ating kaguluhan at magbibigay ng paraan ng pagtakas at mga pagkakataon para tayo ay magsisi, na hangaring makilala at sundin Siya.

Tiyakin na hindi mo Siya pinarangalan sa pamamagitan
   ng iyong mga labi at tanggihan Siya ng iyong puso.
Mahalin mo Siya ngayon nang buong kaluluwa mo,
   isip at lakas.

Kapag nahihirapan kang maging tapat at simple sa paghingi ng tulong sa Kanya upang mahalin mo Siya ng mabuti, at sa mga sandaling wala kang nararamdaman, tandaan mo na kahit marupok kung ano ka man ang hari ng sangkalibutan ay pipiliin pa rin ang mahinang alikabok bilang isang templo para sa Kanyang ganap na panahanan. Hayaan na maging sapat na iyon upang manabik ka para sa iyong susunod na paghinga at ang matapang na plano na mayroon Siya para sa iyo.

Huminga siya!

Ang patuloy na nanginginig na boses ng isang Nagsalita,

ay nagsasalita pa rin.

Ikaw ay isang salita na ipinadala bilang mabuting balita

sa buong sangnilikha.

Minsan kailangan mong magsalita bilang isang orakulo.

Sa ibang pagkakataon ang iyong atas ay ang wika

ng sadyang pananahimik at pagmamahal

sa mga pinadala

Niya sa iyo sa iyong mga aksyon.

Ang iyong mismong presensya ay ang boses.

Ang kawalang-hanggan sa iyong puso ay ang

nanginginig na haligi kung saan ang 'Kristo na nasa iyo'

ay nagpapakita ayon sa Kanyang kagustuhan sa

sitwasyong iyon - dahil lamang sa ikaw ay sumunod.

Ang gawin lamang ang nakikita mong ginagawa ng Ama

ay kasiyahan ng mga anak.

Bagalan ang pagsasalita.

Minsan ang hindi naipahayag na pag-iisip
ay parang nakatagong kayamanan.
Kapag ang mga salitang binigkas ay tila binabawasan
ang halaga ng hindi nasabi, kaya lamang makita
ng isang tao na ang hindi nasabi na kayamanan
sa lihim hanggang sa ikaw ay magbago at
maging katulad nito.
Pagkatapos ay hindi mo na kailangan ng mga salita
upang ipaliwanag ang misteryo dahil ikaw na ngayon
ang naging tagapagpahayag nito
- ang katibayan ng mga bagay na hindi nakikita.

Kapag ang pagmamataas ay nahaharap sa katotohanan,
pinipili pa rin nito ang sarili.
Ang pagbagsak na dumarating pagkatapos ng pagmamataas
ay minsan ang Kanyang biyaya ay tumatakbo pagkatapos
ng mga bahagi ng iyong puso.

Mga lugar na pikit matang itinaas at binuhat ang sarili kaya't ang
Kanyang awa ay kailangan Niya upang mapakumbaba
sila at makipag-usap nang malambing sa kanila upang
maibalik ka Niya. Yaong mga nakatikim ng Kanyang kabaitan
sa ganoong kalagayan ay yumakap sa pagsisisi.
Ang pagtanggap sa Kanya ay ang pagpayag
sa mapagpakumbaba, tumutusok at buhay na espada
ng katotohanan na mahanap ang pahingahang
lugar sa iyong kaluluwa at maitatag ang pundasyon
kung saan ang Kanyang tabernakulo ay
makapagpahinga sa iyo.

SAYAW NG PAGSASAMA

Ngunit may mga mahilig gumala sa mga landas ng sinaunang hangin. Yaong mga matapang na maaaring tumayo sa pagitan ng mga buhay na pintuan at tanggapin ang lakas ng hangin mula sa apat na sulok. Sila ay sinanay kung paano sumayaw, yumuko at pati na rin kumilos nang mas mabilis kaysa sa bilis ng hangin ng maestro ng lahat ng nilikha. Ang pagbaluktot ay ang kanilang pagbibigay at iyon ay hindi mababasag.
"Ang mga nakakakilala sa kanilang Diyos ay magiging malakas, at magsasamantala. Daniel 11:32b".

Habang minamasdan mo Siya mula sa loob at ganap na bumababa mula sa trono ng iyong puso upang Siya ay manguna, sumasayaw ang Banal na Espiritu sa mga pasilyo ng iyong katawan na ngayon ay Kanya ng templo. Pagkatapos ay inanyayahan kang sumama sa sayaw sa naglilinis na baga ng apoy sa puso ni Ama, habang pinupukaw ni Yeshua ang tubig sa loob mo. Ang walang hanggang Lawa na bumubulusok mula sa Kordero, na pinatay bago ang pundasyon ng lupa, ay naging pinagmumulan ng pagpapagaling ng lahat ng bagay na nahawakan nito. Katulad noong sa Lawa ng Bethesda nang makatagpo ni Yeshua ang isang lalaking nakahiga doon na may sakit sa loob ng 38 taon at sinabihan Siya na "Pulutin mo ang iyong higaan at lumakad." (Juan 5) ikaw din ay makikinabang sa mga nangangailangan ng isang Manggagamot at hayaan Siya na laging bumubulusok sa kalooban mo upang maibalik sila muli. Ikaw ay naging Lawa ng Bethesda sa Kanya habang ikaw ay humahayo at nagpapagaling ng mga may sakit at bumubuhay ng mga patay sa ngalan ni Yeshua.

Payagan ang iyong kaluluwa na maging malayang

    sumayaw sa sarili nitong tono. Huwag diktahan ang

    paggalaw nito sa pamamagitan ng limitasyon

    ng iyong sariling katawan.

Mahalin ang sarili mong kaguluhan, iyong mga

    ulilang bahagi mo na naghahangad na maalagaan

    pabalik sa kabuuan.

Tingnan ang mga misteryong paraan bilang mga

    lihim na naghihintay na matukoy.

Aliwin ang tunog nito, ang mga sinaunang daing

    nito at kung paano siya mangulila sa iyong kalayaan

    maipanganak mula sa kalooban.

Hayaan ang lahat ng bagay na nagpapabigat

    sa iyong paggalaw at sumama sa dakilang Ulap sa

    kanilang kakaibang kilos.

Ang manirahan sa pananggalang o ang maging malaya?

Sumasayaw ang mailap na isipan sa anumang mapanganib na pagkakataon upang makatuklasan higit pa sa sinaunang hangganan. Ito ay naniniwala na ang huling kaluwalhatian ay mas dakila kaysa sa dati at iyon ang pakpak na sinasakyan nito. Ang mailap na isipan ay hindi kailanman nagnanais na maunawaan ng karaniwang pag-iisip, sapagkat ito ay walang hanggan na naghahanap at nakikiisa sa Isa na nagpapahayag na "gaya ng Langit na mas mataas kaysa sa lupa, gayon din ang aking mga paraan ay mas mataas kaysa sa iyong mga paraan at ang aking mga kaisipan ay mas mataas kaysa sa iyong mga kaisipan".

Kaya't sa dambana ng sakripisyo, palagi nitong ipinagpalit
ang mga makalaman na kaisipan sa may mas mataas
na pag-iisip, mailap at walang kamatayan.

Naisin ito!

May mga pagkakataon na ang Kanyang

kalugud-lugod na pagmamahal sa iyo ay

magiging dahilan upang ikaw ay sumayaw.

Ang pagnanais na tumakbo sa kalikasan,

malayo sa publiko, at magkaroon ng "hindi marangal"

na pagsamba sa sayaw ay malalampasan ka ng

maraming beses - kaya gawin mo ito!

Malalaman mo sa lalong madaling

panahon na sa paglikha, ang lubos na kaligayahan

ng pagkatao ay isang karaniwan na araw lamang.

Karaniwan dahil ang alam lang nila ay magpakatotoo,

upang manatiling mahina sa lahat ng panahon at

yumuko sa pagsamba na walang pakialam kung sino

ang naroroon habang sila ay nag-iipon ng lakas mula

sa kanilang malalim na pinag-ugatan.

Parangalan ito at ang paglikha ay

ituturo sa iyo ang kanyang mga pamamaraan.

SAYAW NG PAGSASAMA

Ang kasagraduhan ng araw ay ang matagpuan Siya sa

iyong makamundo habang binabago Niya ang

karaniwan bilang katangi-tangi.

Malalaman mo na Siya ay may paraan ng pagniniting

ng mga sorpresa sa ilalim ng buhay na mga titik

ng iyong buhay, na nagbibigay-diin ng sandali

sa Kanyang kakayahang makita at naghihintay

para sa iyo na huminto, matuklasan at matuwa.

Sumayaw sa himig ng presensya.

Hayaan ang Kanyang pag-ibig na pukawin ang pasasalamat

at pag-asa sa iyo upang hindi ka maging pamilyar sa

Kanyang mga paraan at mawala ang lubos na

kasiyahan ng isang umaasam na puso.

LIWANAG

*Habang nakaluhod, pusong nananabik, ako'y
umiiyak sa iyo. Nakikita ko ang iyong mukha.
Ang iyong mga mata ay nakatingin din sa akin.
Napagtanto kong ikaw ay yumuko, lumuhod,
upang iangat ang aking tingin.
Tinagpo mo ako kung nasaan ako. Kahit na
nakaupo sa trono, ang Hari ay nagsusuot
pa rin ng damit na tagapaglingkod
at ibinaba pa rin ang Kanyang galak.
Nawa'y kainin ako ng iyong mga galak
hanggang sa maging ako sila.*

Ang pakikipag-isa ay dapat na iyong pang-araw-
araw na kasiyahan.
Alalahanin mo Siya sa iyong pagkain at
pag-inom.
Sa paglapit mo sa mesa ng buhay, hayaang
magising ang pagnanais na lubusang ilubog
sa walang hanggan ng banal na pag-ibig.
Doon ay makakatagpo ka ng apoy, ang umuubos na pag-ibig
na itinaas habang iniaalay Niya
ang Kanyang sarili sa iyo bilang apoy ng
Kanyang Sarili upang iyong inumin.
Ang biyayang itigil ang lahat
ng paglaban at ipaubaya ang sarili sa Kanyang kalooban
ay ipinagkaloob sa mga taong walang ibang hinahangad
kundi maging katulad Niya.
"Sapagkat ang aking laman ay tunay na pagkain
at ang aking dugo ay tunay na inumin"
[Juan 6:54]

Oh, Mahal ko! Huwag maghanap ng kagandahan sa malalayong lupain. Tungkulin mo bilang anak na gawing maganda
ang bawat lugar.
Kaya't binyagan upang mabuhay ang mga wasak at pinabayaang mga lungsod sa loob mo, at pagkatapos ay sa labas mo, nang may kagalakan. Binibigyan sila ng kagandahan para sa mga abo, pinangalanan silang Beulah
("Kasal"; Isaias 62:4).

Humayo at lumubog sa karagatan ng biyaya at

magpahuli sa walang katapusan nito.

Alang-alang sa pag-ibig makipagsapalaran sa kalaliman

hanggang ikaw ay maging pag-apaw nito, hanggang

sa ang iyong mga yapak ay maging

isang pantubos na tunog kahit saan ka man magpunta.

Makikita mo na ang mga kaharian ay hindi na nauuhaw

dahil binasa mo sila ng kagandahan ng Anak.

LIWANAG

Ang kanyang nobya ay lubhang nasusunog at ang apoy sa
kanyang dugo ay mapapanatili lamang sa Kanyang
banal na apoy.

Dapat siyang sumunod at dapat siyang maging isang patuloy
na sumasabog na pagnanasa ng Kanyang pag-ibig.

Para sa liwanag na nakalagay sa isang burol ay isang
naglalakad na kapaligiran ng apoy.

Dapat pahintulutan ng nobya ang apoy sa kanyang mga buto
na gawing pakpak ang bawat sugat,
para sa kung paano siya matuto lumipad.

Ang Agila sa kanya ay dapat magising sa bawat pugon
ng paghihirap

Ang panginginig ng iyong panloob na pagkatao ay

ang dalas ng pananabik sa higit pang mga

dila ng mga tao o mga anghel.

Ang walang kamatayang tunog ng pagiging anak

sa pangkalooban, umiiyak na "ilabas mo ako",

nananabik na mabunyag.

Kapag ang espiritung tao ay humalili sa ilalim ng

Pamahalaan ni Yahweh,

kung gayon dumating ang liwanag

- ang liwanag ay nagmumula sa kalooban mo.

"Para talaga na tayong nasa daingang dalanginan

habang nabibigatan; samantalang hindi namin

ibig na mahubadan, kundi mabihisan,

na [kung ano ang] kamatayan ay lamunin ng buhay"

(2 Mga Taga-Corinto 5:4).

LIWANAG

Kahit na sa pinakamadilim na gabi ng iyong kaluluwa,

kapag ang gabi parang mahaba at malungkot,

sa lugar na kung saan ang iba ay lumayo, doon mo

Siya matatagpuan.

Ang Isa na nangako na hinding-hindi ka pababayaan ay magniningning nang higit pa sa isang milyong araw. Kapag ang Kanyang pag-ibig ay naging liwanag na nagpapalaya sa iyong kaluluwa kung gayon ito ay hindi na isang madilim na gabi kundi isang gabi ng pagkakaisa. Isang gabi kung kailan ang kaluluwa ay desperado na para sabihing oo na maging isa sa isang lalaking ito. Kahit na ang dilim ay hindi madilim sa Kanya. Sa lugar na iyon ng pagkakasundo, ang bukang-liwayway na inaasam ng puso ay hindi na kailangan. Sa Kanya ang kadiliman ay hindi na madilim sa ganoong kaluluwa kundi isang panahon ng mas malalim na pagkakaisa kung saan, kanyang liwanag, natuto ito na makita ang liwanag!

Parang salamin nakikita natin Siya. Isang karagatan ng mga salita, ang hiningang dagat sa bawat pahina, napakalinaw at napakabuhay na sinaasalamin ang bawat repleksyon ni Yahweh. Habang ang iyong mga mata ay nakababad sa bawat salita, ang buhay na tubig ay bumabasa sa iyo ng isang nag-aalab na paghahayag. Ang mga kaluluwang matagal ng umaaligid sa dagat ng Kanyang mga salita ay nalaman ang tunog ng Kanyang mga alon at naririnig ang tinig sa ilalim ng tubig, tinatawag sila na lumalim pa at tuklasin ang mga nakatagong kayamanan.

Ang biyaya na hindi lamang marinig at makita ang tinig kundi ang 'gawin' ay ibinibigay sa mga taong higit na pinahahalagahan ang salamin na hindi sila lumayo at nakalimutan ang kanilang hitsura (Santiago 1:24). Ang bawat salita ay nabubuhay sa Kanya; ang salamin ay buhay, kaya maghintay sa pag-asa na handang humakbang kapag ang salita ay naging mga labasan sa dimensyon ng kaharian.

Maghintay hanggang sa ang dating misteryo
ay magsimulang maging iyong katotohanan;
ang Salita ay magiging laman para iyong kainin.

KAGANDAHAN

Ang kanyang kaluluwa ay nagmistulang isang baso ng buhay na mga ilaw na may mga ugat na nagmula sa kaibuturan ng Kanyang puso, naghihintay para sa kanya upang ilabas ang kanyang pagbabagong-anyo na hininga. Katulad ng pagpupunas ng salamin, ang mga alikabok ng ilusyon at ang mga pira-pirasong papakita ng kanyang pagkatao ay maitataboy ng tubig ng nagising na hininga. Ang mga repleksyon ng salamin ngayon ay sumasalamin sa kalaliman ng kanyang pinagmulan na siyang Diyos, ang perpektong liwanag.

Ikaw ay isang natatanging tunog,

    isang kahulugan ng kagandahan mismo,

    isang pagpapahayag ng mismong

    pagkakahawig at larawan ni Yahweh.

Ang may gawa sa iyo at ang iyong kasintahang

    lalaki ay lubos na nabihag at nahuhumaling

    sa iyong kagandahan.

Mahal ka at malakas ka sa Kanya.

Ang kakayahan ng pagkapasalahat ay kapag ang

    mata na tumititig at ang nakikita ay iisa.

"Sa araw na iyon ay malalaman mo na ako ay

    nasa aking Ama, at ikaw ay nasa akin, at

    ako ay nasa iyo" Juan 14:20.

Hayaang ipaalala sa iyo ng Araw ang

    Kanyang kagandahan!

Lumabas sa isang maliwanag na araw ng

    tag-araw at tumingala at makikita

    mo na ang iyong mga mata ay

    nangangailangan ng oras upang

    isaayos sa ningning nito.

Ngayon pagnilayan ang Isa na nagniningning na parang isang milyong araw. Kung hindi mo matiis ang ningning ng Araw, na isa lamang bituin, paano naman ang ningning ng Anak ng Katuwiran? Gayunpaman, sa Kanyang awa, itataas ng maningning na bituin sa umaga ang iyong ulo. Dadalhin ka Niya mula sa isang kaluwalhatian patungo sa isa pa na ididirekta ang iyong mukha nang mas malapit sa Kanyang kahanga-hangang kawastuhan - hanggang sa tumayo ka sa harapan Niya, na pinagmamasdan Siya nang lubusan.

Ano ang maaaring maging kapinsalaan para sa iyo sa pagpili na huwag pahalagahan ang nakaangkla sa Kanyang puso? Ano ang isip ngunit ang iyong mga saloobin ng mga nakaraang karanasan na iyong naisip at pinaniwalaan na iyong katotohanan?

Ano ang katotohanang wala sa isip mo?

Ang iyong pagkakakilanlan ay nawawala habang ikaw ay tumuntong sa isa, "ang pag-iisip ni Kristo". Sa lugar na ito, kung gaano kalayo ang Silangan mula sa Kanluran, nakalimutan at pinatawad mo ang lahat ng inakala mong ikaw. Ang memorya ng "Ako" ay wala na sa dimensyong ito. Ang kawastuhan na dati mong hinahangad ay anino na lamang ng perpekto na Kristo. Ang kawalang-sala ng Kordero at ang Kanyang katuwiran ay nagiging iyong tahanan at mga bagong pag-iisip mo. Ang anumang pananaw ng paghihiwalay at herarkiya na dati mong alamay tinanggal sa iyong isipan. Ang tanging katotohanan doon ay pagiging isa sa dakong pag-ibig.

Anak! Tumingin sa Liyon.

Panoorin siyang mabuti.

Hayaang gisingin niya ang iyong hindi maamong

> *kalikasan,ang iyong mabangis na kagandahan at*

> *ang iyong walang pigil na lakas.*

Bumangon ka at maging matapang kung paano ko

> *ginusto na maging ikaw.*

Kapag hindi sinasalamin ng lumang kanta

> *ang maluwalhating hinaharap na mayroon ka*

> *sa Kanya, dapat kang maging bagong tunog*

> *at dumagundong habang patungo sa iyong*

> *higit na kapangyarihan.*

Sa kasariwaan ng bawat araw,

    kapag ang isang pahina ng iyong balumbon

    na nakasulat tungkol sa iyo na para magawa mo

    ay binasa, ang buong sangnilikha ay naghihintay sa

    iyong pagpapakita.

Nawa'y bigyan ka Niya ng biyaya upang makagawa

    ng tumpak na mga pagpili upang magawa mo

    ang asignaturang nakaabang.

Ang pagtahak sa makipot na landas na hindi nabago

    ng mga panahon ay nangangailangan ng

    kaisa-isang paningin, kamatayan sa sarili

    at nakapaloob sa dalisay na paghahangad ng

    mismong pag-ibig.

Lumakad sa makitid na landas upang bigyan Siya

    ng kaluwalhatian sa lahat ng bagay.

Umibig, sa pag-ibig, sa Kanya nang paulit-ulit

Siya ang balat ng alak. Hayaan mo Siyang lumawak sa loob mo upang malaman mo ang taas, lalim at lapad ng Kanyang pag-ibig at maging pag-ibig na nahayag. Ang pag-ibig ay sinusubok sa mga sitwasyong iyon na maaari mong lohikal na bigyang-katwiran kung bakit hindi dapat maging pag-ibig sa ilang tao o mga sitwasyon. Ngunit tandaan na ito ang iyong daing na maging katulad Niya at magmahal nang walang pasubali.

Kaya kung bakit ikaw ay iniharap sa isang altar upang
    ipagpalit ang iyong lohika, kaakuhan at pang-unawa.
    Lumampas sa mga sitwasyon at argumento
    at payagan ang palyo ng pag-ibig at kapayapaan na
    maging soberano.

KALAYAAN

Saglit niyang hinayaan ang lamig ng mundo na pagyeluhin ang kanyang damdamin, ngunit may binhi pa rin ng apoy na nakabaon sa ilalim ng kanyang kaluluwa at ang kanyang kakayahang umasa sa kahinaan ay nagdilig dito.
Iba ang susunod na kabanata.

Alalahanin ang iyong posisyon kay Yahweh na higit sa panahon at espasyo, higit sa pamunuan, kapangyarihan at kapangyarihan. Hayaang turuan ka ng karunungan. Mula sa sinapupunan ng bukang-liwayway matatanggap mo ang hamog ng iyong kabataan at sasakay sa mga pakpak ng Maningning na Bituin sa Umaga habang binabasa ng Kanyang mga mensahero ang iyong balumbon. Tumanggap ng biyaya at Kanyang mga awa na bago tuwing umaga upang maisakatuparan kung ano ang isinulat para sa iyo na gawin bago ang oras. Hayaang umalingawngaw ang iyong tinig mula sa kaibuturan ng Kanyang puso habang ikaw ay nag-uutos at nagtuturo sa iyong araw na maging tulad noong bago ang paglikha. "Maaga kitang hahanapin, Panginoon ko!"

(Salmo 63:1 KJV)

Mahal na anak!

Bakit mo pa rin ipinipilit na ang "laylayan ng

Kanyang damit" lang ang gusto mong hawakan

maari mo naman makuha ang lahat sa akin?

Tandaan na ang masigasig na nag-aalaga ng

ubas ay siya ring Tagapag-ingat ng iyong Alab.

Siya ay walang hanggan nahuhumaling

sa iyong kagandahan.

Kaya't kalimutan ang laylayan at maging isa

sa Kanyang puso, kung saan nagmumula ang

buhay ng lahat ng nilikha.

KALAYAAN

Kami ay yumuko malapit sa tubig para

makita ang amin repleksyon.

Pati ang iyong puso ay dapat ding yumuko nang

mas mababa pa sa puso ng buhay na tubig

upang magpakita siya.

Ito ang walang kadenang himig - kapag ang tunog

ng tubig sa ibaba ay ganap na naaayon sa

tubig sa itaas!

Sapagkat ang nasa itaas ay kailangang sumalamin

sa ibaba ng buong-buo.

Dumating nawa ang iyong kaharian sa lupa

gaya ng nasa Langit.

Sa iyong pagyuko sa maraming kaibuturan ng Kanyang puso, haharapin mo ang iyong sarili sa daan. Ang malubhang alikabok na iyong naipon mula ng panahon ni Adan ay nag-iwan ng lubak-lubak na marka sa iyong landas patungo sa Kanya. Kaya matutong huwag iwasan ang mga nangyayamot ngunit kilalanin ang kanilang pag-iral. Dahil sa matinding sigasig na makita ang pagpapanumbalik ng mga tiwangwang na lugar sa loob mo, humanap ng kagalingan at pagkakasundo. Lumipat sa susunod na antas hanggang sa ganap mo Siyang isalamin na walang depekto sa henerasyon. Dahil ang panlinis at ang tumutupok na apoy ay iisa!

Alam kong ang mundo ay maraming kahulugan

ng kagalakan ngunit hinihiling ko sa iyo

na isantabi ang iyong mga ilusyon sa Kanyang

paanan at hilingin sa Kanya na balutin ka

ng Kanyang katotohanan.

Malalaman mo na ang tunay na kagalakan ay hindi paminsan-minsan kundi isang estado ng pagkatao. Ito ay isang dimensyon sa loob ng Diyos na kailangan ng isang tao na makisali, parangalan, hangarin at mawala - ano pa man ang nangyayari sa kaharian ng oras at espasyo. Kapag nakilala mo ang Banal na Espiritu bilang ang kagalakan (katuwiran, kapayapaan at kagalakan SA banal na Aparisyon) ay tatalikuran mo ang iyong mga ideya ng panandaliang kagalakan na kumukupas na parang singaw at ganap na hahabulin ang nag-iisang kagalakan na hindi maipaliwanag.

KALAYAAN

Ang tinig ng maraming tubig ay hihikayat sa iyo na lumapit. Magiging hangal ka kung tutugon ka gamit ang iyong mga tainga lamang. Dapat mong masdan ang bukal mismo! Oh, ang kagalakan ng buhay na tubig na nagpapaginhawa sa iyong kaluluwa. Siya ay magiging masaya kung ikaw ay iinom upang punan ang pagka uhaw ngunit ang Kanyang pagnanais ay ilubog ang iyong sarili sa loob ng bukal. Oo! Ninanais Niya na tumuntong ka sa Kanyang kailaliman hanggang sa matabunan ka ng tubig. Ang pag-inom upang punan nag iyong pagka uhaw ay hindi sapat dapat mo munang pawiin ang Kanyang pagnanais at hayaang maabutan ka ng bukal. "Malalim na tawag sa kalaliman sa dagundong ng iyong mga talon; lahatmga alon at mga naninira sa iyo ay humampas sa akin" (Salmo 42:7)

Bago ka magtanong,

    ang LAHAT ng kaalaman ay naroon na nagbibigay

    at pinapawi ang lahat ng iyong mga

    pangangailangan sa kayamanan ng

    Kanyang kaluwalhatian.

Kung kailangan mong itanong,

    ay hilingin mo na makapasok sa Banal ng mga Banal.

Manatili at manirahan sa mga kayamanan ng Kanyang

    matapat na kaharian.

Kung matututo kang magpahinga sa paanan ng Isa

    na walang pagkukulang kung gayon,

    sa iyong pananatili, lahat ng iyong mga

    pangangailangan ay nagiging hindi wasto.

Ang iyong una at pangunahing layunin dapat

    na makilala Siya at Siya lamang.

Kung yakapin mo ang isang pamumuhay ng pasasalamat, masisiyahan ka sa pag-apaw ng Kanyang mga pagpapala. Ito ang pagbubuhos ng Kanyang sarili bilang "AKO AY". Ang mga ugali ng isang ulila sa puso ay nagiging walang utang na loob. Na kung saan ang umaapaw na kabutihan ay napagtanto na nasayang lamang. Ito ay maglilimita o magsasara ng iyong mga pintuan para Siya ay dumaloy. Ang awa at biyaya ay laging kakatok sa inyong mga pintuan na sumisigaw ng "buksan ninyo ang inyong mga pintuan upang ang hari ng kaluwalhatian ay makapasok" hanggang ang mga natutulog na bahagi mo ay makilala ang kanilang pangangailangan para sa Kanya at buksan ang mga pinto nang malawak! Kapag itinaas ng iyong mga pintuan ang kanilang mga ulo para Siya ay pumasok, ang lakas ng Kanyang kaluwalhatian ay aabot sa iyong tahanan na parang mga bukal ng tubig sa tuyong lupa.

Huminto at tingnan ang mga tableta ng

iyong puso at makikita mo na ang

bawat bato, bawat henerasyon sa loob mo,

ay nagpapatotoo sa Kanyang katapatan,

biyaya, pag-ibig at kabaitan.

Makikilala mo Siya bilang Diyos ng iyong

paglalakbay kapag napagtanto mo na

Siya ay nasa iyong tabi kahit na sa

pinakamahina mong sandali.

Alalahanin na Siya ay noon pa man, nananatili

at palaging magiging iyong katulong at iyong

awit ng tagumpay!

Kapag nakilala mo Siya bilang isang tipan na

tumutupad sa Diyos, kung gayon ang lahat

ng iyong mga takot ay mawawala at ikaw ay

maaari lamang yumukod tulad ni Jacob sa

Bethel, sumasamba sa Panginoon ng iyong

mga Pambihirang tagumpay.

KALAYAAN

May isang sinaunang kapayapaang nakaukit sa

kaibuturan ng iyong puso na higit pa sa

anumang kaguluhan na iyong kakaharapin.

Hanapin ito at huwag bitawan hanggang ang

iyong puso ay magising sa sinaunang tunog

nito.

Isang tunog na higit pa sa lahat ng nilikha.

Hayaang dumating ang hininga ng edad upang

maging iyong kasalukuyang pagkakalango.

"Nang magkagayo'y napunit ang tabing ng templo sa dalawa" (Mateo 27:51). Siya ang tabing na napunit na nag-aanyaya sa iyo patungo sa Kanya - ang daan, katotohanan at buhay. Ang kanyang dugo ay ang katapangan mong lapitan. Ang Kanyang katuwiran ay ang iyong batayan habang ikaw ay nakatayo nang harap-harapan sa Kaniya.

Ang tinig ng relihiyon ay palaging makakaabala

> *sa iyo mula sa simpleng debosyon sa pamamagitan*

> *ng pagsisikap na "ayusin" ang tabing sa iyong isipan*

> *at pagkatapos ay gumawa ng mga doktrina*

> *ng "mga hakbang kung paano punitin ang tabing".*

Humingi ng biyaya upang yakapin ang natapos na

> *gawain ng krus at kumapit sa katotohanang ito.*

Itinaas ka na ng Diyos kasama ni Kristo at pinaupo kasama Niya sa mga kaharian sa Langit kay Kristo Hesus (Efeso 2:6) at walang doktrina o pagsusumikap ang makakasama mo sa Kanya.

KALAYAAN

Kapag naging ganap ka sa Kanya,

   anumang kahirapan sa iyong personal na

   pagkakakilanlan ay magiging nilamon sa kabuuan

   ng Kanyang walang hanggang karilagan.

Ang kakayahang lumakad patungo sa hinaharap upang makisali sa mga pangakong nakasulat doon bago ito maging iyong kasalukuyang katotohanan ay nasa Kanya. Mayroong sukat sa Umpisa at Hangganan na nagdadala ng walang-hanggan sa kasalukuyang panahon. Kagustuhan maglakad mula sa lugar na ito. Ang pagtikim ng mga ubas ng Canaan habang nasa kabilang ibayo pa ng Ilog Jordan ay nagdudulot ng bagong katapangan at tamang balangkas ng sanggunian para sa bawat sitwasyon bago ito mahayag. Ito ang pribilehiyo at pamana ng mga anak na lalaki.

Lahat ng dahil sa pag-ibig?

Ang kaluluwang hindi nakakakilala sa

Kanya at ang kaluluwa na patuloy na

nangangailangan ng biyaya para mas mahalin

Siya - minahal Niya ito nang lubos.

Ang pagkauhaw niya sa mundo ay parang

apoy na hindi mapapatay.

Nawa'y ang tibok ng Kanyang puso ay

maging apoy sa iyong puso na sumisira

sa lahat ng bagay na humahadlang sa

Kanyang daan - hanggang sa ang tanging

natitira sa iyo ay gintong apoy.

Hayaan ang Kanyang apoy na gawing apoy

ang iyong puso.

KALAYAAN

Upang lumampas sa hindi maarok, kakailanganin

mo ng higit pa sa papuri o takot sa mga tao.

Kaya, gisingin ang iyong sariling kanta

- ang kantang kinanta Niya sa iyo

bago ka pa nabuo sa sinapupunan ng iyong ina.

Matutuklasan mo na ito ay isang himig na sobrang magulo na papawiin ang bawat takot at anumang pagnanais na makaangkla sa nakikita. Hayaang ang mga pananabik mula sa kung ano ang lampas sa nilikha ay maging maapoy na gulong ng iyong pag-akyat. Kapag alam mo na ang iyong mga pagnanasa ay maaari lamang masiyahan sa pamamagitan ng mismong puwersa na lumikha sa iyo, ikaw ay makikipaghabulan sa buhay na pintuang makipot na nakaangkla sa misteryong unyon ng Trinidad. Ang paglalayag sa walang katapusang kaibuturan ng iyong puso ay ang paglalahad ng misteryong ito.

"Walang bago sa ilalim ng araw", sabi ni Solomon. Kaya bakit ka pa nakatitig at naghahanap ng kasagutan sa kaharian ng panahon at umaasa ka pa rin ng bago?. Para maiayos ang mga bagay sa itaas at hindi sa mga bagay sa lupa ay ang pagtitiwala sa Isa na ang mga paraan ay mas mataas kaysa sa iyong mga paraan. Hayaan ang iyong tingin ay sa kamahalan ng Isa na kahit na ang Langit ng Langit ay hindi maunawaan. Hayaang magpakita Siya sa iyo at sa pamamagitan mo sa mga antas na hindi mo pa nakikita o naririnig noon. Ilagay ang iyong mukha sa ibabaw ng Araw at patuloy na hanapin ang mga nakatagong misteryo na nakaharap sa iyo. Makikita mo na ang Anak ay ang misteryo, at ang lahi ay Siya. Upang makilala Siya at ipakilala Siya.

ANGWAKAS NA KAISIPAN

Kapag sinabi nating oo sa ating banal na kalikasan, at pinili ang makitid na landas ng pagiging tulad NIYA, makikita natin na ninanais tayo ni Yahweh nang buo (katawan, espiritu, kaluluwa) at malaya! Natagpuan namin ang mga lungsod ng wasak na henerasyon sa loob namin, daing at pananabik na matagpuan at natubos. Ang kaalaman na si Kristo ay nasa atin, pinili nating maglakbay paloob, upang makilala Siya. Sa Kanyang liwanag nakikilala natin ang ating mga sarili at, sa kaalaman, tayo ay naging liwanag na iyon - ang liwanag na gumigising sa isang awit ng pagtubos sa kaibuturan ng kung sino tayo. Sa mga sandaling iyon natututo tayong ipagpalit ang mga alaala na iyon para sa Kanyang kagandahan. Ipinagpalit natin ang mga kasinungalingang iyon tungkol sa Diyos na ipinasa sa atin ng liwanag ng Kanyang katotohanan. Habang natututo tayong sumuko sa Kanyang kaibuturan sa lahat ng pagkakataon, tayo ay ginising at naalala kung sino talaga tayo.

Ito ang aking mga simpleng pag-iisip ng pag-aaral, pagkalimot at pag-alala habang naglalakbay ako.

ANN WANGARI

TUNGKOL SA MAY-AKDA

Ipinanganak at lumaki sa magandang lupain ng Kenya, nakatira at nagtatrabaho na ngayon si Ann sa London. Ang kanyang hilig ay makita ang pag-ibig at kalayaan na nagising. Kapag hindi siya nagsusulat, gustung-gusto niyang igugol ang kanyang oras sa pamilya at mga kaibigan sa pagsiyasat ng kalikasan, pagsubok ng bagong pagkain, pagkakaroon ng mahabang kwentuhan at tawanan.

www.ingramcontent.com/pod-product-compliance
Lightning Source LLC
Chambersburg PA
CBHW051543120626
46551CB00013B/1351

* 9 7 8 1 9 5 8 9 9 7 2 8 4 *